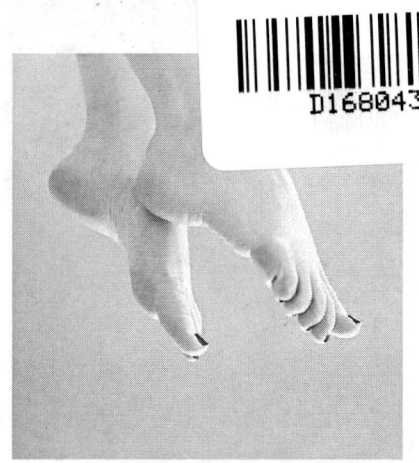

சிட்டுக்குருவி
பியானோ வாசிக்கும் நிழல்

ஆண்டன் பெனி

சிட்டுக்குருவி
பியானோ வாசிக்கும் நிழல்
ஆண்டன் பெனி
உரிமை : ஆசிரியர்
முதற் பதிப்பு : திசம்பர் 2020
வெளியீடு : **தமிழ்அலை,**
80/24பி, பார்த்தசாரதி தெரு,
தேனாம்பேட்டை, சென்னை-600 086,
பேச : 044 2434 0200 / 77085 97419
மின்னஞ்சல் : tamilalai@gmail.com
வடிவமைப்பு : **கலைவெளி,** சென்னை - 600 017.
பேச : 94868 38801
பக்கம்   : **104**
விலை   : ரூ.100/-

ISBN : 978-81-947552-3-4

சமர்ப்பணம்

என்
அவளின் பாதங்களுக்கு

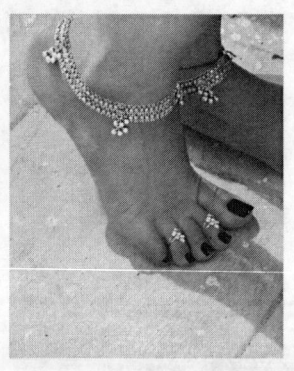

நன்றி

பாத நகங்களில் வண்ணம் சேர்த்த **கலாப்ரியா**
பாத விரல்களில் மெட்டியாகப் பூத்த **அறிவுமதி**
பாதச் சுவர்களில் மருதாணி பூசிய **பழநிபாரதி**
பாதக் கணுக்காலில் கொலுசு மாட்டிய **இசாக்**
பாதச் சரிவுகளில் சந்தனம் தடவிய **மனோ அரசு**

காதல் இயல்பானது, அதனால் அது கவிதையானது

கலாப்ரியா

"அவர்கள் நூறு முறை முத்தமிடுகிறார்கள்
அவர்கள் நூறு முறை தழுவுகிறார்கள்
நிறுத்துகிறார்கள் மறுபடி தொடர்வதற்கு
காதலில் 'கூறியன கூறல்' தவறே அல்ல.."

இது பத்ருஹரியின் காதல் கவிதை. அவர் ஆயிரக் கணக்கில் எழுதிக் குவித்திருக்கிறார். அவர் மட்டுமல்ல காளிதாஸன், பவபூதி, தர்மகீர்த்தி என்று பல பேர்.

"பூரண நிலா ஒவ்வொரு மாதமும் வீணாக முயற்சிக்கிறது
உன் அழகிய முகத்தை ஓவியமாய்த் தீட்டுவதற்கு
அதன் நளினத்தைப் பிடிப்பதில் தோல்வியுற்றதும்
அழித்து விட்டு மறுபடி (வளரத்) துவங்குகிறது"

தர்ம கீர்த்தி

இவை சில உதாரணங்கள். தமிழில் காதல் கவிதைகள் இல்லையா... என்று கேட்கலாம். ஏன் அகப்பாடல்களில் இல்லாததா. வள்ளுவரே எழுதியிருக்கிறார். எனக்குப் பிடித்த குறள் ஒன்று:

"காமக் கணிச்சி உடைக்கும் நிறையென்னும்
நாணுத்தாழ் வீழ்த்த கதவு"

நாணம் என்னும் தாழிட்ட கதவை உடைத்துவிடும் காமக் கோடாரி என்கிறார் வள்ளுவர்.

சுந்தர காண்டத்தில் ராமனைக் கம்பர் எப்படியெல்லாம் வர்ணிக்கிறார்

"தோள் கண்டார். தோளே கண்டார்.
தொடு கழல் கமலம் அன்ன
தாள் கண்டார். தாளே கண்டார்;"

என்று கம்பன் பாடுகிறார். அதை அடியொற்றிக் கண்ணதாசன் ஒரு காதல் கவிதை எழுதுகிறார் "தோள் கண்டேன் தோளே கண்டேன் தோளிலிரு கிளிகள் கண்டேன்.." என்று அவர் ஆயிரக் கணக்கில் காதல்ப் பாடல்கள் எழுதியிருக்கிறார்.

"சுற்றி நான்கு சுவர்களுக்குள் தூக்கமின்றிக் கிடந்தோம் சிறு துன்பம் போன்ற இன்பத்திலே இருவருமே மிதந்தோம்." என்று கூடப் பாடியிருக்கிறார்.

ஏன் ஆண்டாள் எவ்வளவு காதல் ரசம்

சொட்டச் சொட்டப் பாடியிருக்கிறாள்.
"வள்ளலுக்கு வள்ளல் இந்தப் பெண்மையில்லையா
-எந்த
மன்னனுக்கும் வழங்குவது மனையில்லையா."
என்றும் பாடுகிறார் கண்ணதாசன். ஆனால் நவீன கவிஞர்கள் தயக்கமோ அல்லது கூச்சமோ என்ன காரணத்தினாலோ அடக்கி வாசித்து விட்டார்கள். ஒருவேளை காதல் என்பது இந்த நவீன உலகில் வெறும் "இணை விழைச்சு" வெற்று ஈர்ப்பு (infatutatin) என்று ஒதுங்கி விட்டார்களோ தெரியவில்லை. ஆனால் மேற்கில் அதைக் கூடக் கொண்டாடி இருக்கிறார்கள்.

"Of everything I have touched
It's your flesh I want to go on touching"

என்று 'பாப்லோ நெருதா' உடலை ஆசைப்பட்டுக் கொண்டாடுகிறார். தமிழ் நவீன கவிஞர்கள் ஏனோ ருத்திராட்சப் பூனைகளாக இருக்கிறார்கள். ஆனால் ஆன்டன் பென்னி, அந்த தயக்கங்களை உடைத்து எழுகிறார் இந்தத் தொகுப்பில்.

பாதங்கள்
அடிக்கரும்பு என்று கிடப்பவனை
அப்படியே விட்டுவிடுகிறேன்
என் பூ வாசத்தில்
அவசரமேதுமில்லை

என்று ஒரு கவிதை. 'இனிக்கும் அடிக்கரும்பு' என்பதில் எதுவும் புதுமை இல்லை. "என் பூவாசத்தில் அவசரமேதுமில்லை" என்பதில் மோகத்தின் உச்சத்தைக் காணலாம். மோகம் என்கிற போது மோக நளினம் என்று சேர்த்துக் கொள்ள வேண்டும்.

நனைந்ததும்
நனைந்ததும் எடுத்துவிடு
துளிர்விடக் கூடும்
பாதங்கள்

என்று ஒரு அழகிய கவிதை.

"ஐந்து நிலத்திலும் / அவள் போல் / சாயலில் / ஒருத்தியையாவது பார்க்க முடிந்தது/ ஆயினும் மெய்யான உன்னைத் தேடி அலைந்த / கால்களில் / ஐந்திணை வேர்களும் பதியமிட்டு விட்டன" நான் எழுதின கவிதை ஒன்று நினைவுக்கு வந்தது. அது ஒரு கைக்கிளைப் புலம்பல். ஆனால் இது ஒரு மெய்க்கீர்த்தி. பல பொறிகள் ஒன்றிணைந்து விஸ்வ ரூபமெடுத்திருக்கும் மலை தீபம்.

வேரில் பழுத்திருக்கிறது
பாதக் கனிகள்
உன் கடிபட்டதும்
கிளையெங்கும் பழவாசம்

இதைத் தலைவியின் கூற்றாக எடுத்துக் கொண்டால் பெண் தன்னைக் கிளையெங்கும்

பழ வாசனை வீசும் மரமாக உணர்கிறாள். பாதாதி கேச வர்ணனை என்று கூறுவார்கள். இவருக்கு பாதத்தை வர்ணிக்கவே ஆயுள் போதாது போலிருக்கிறது. ஆனால் பெண் வெறும் மோக அம்பு வீசும் காதல் ரதி மட்டுமல்ல, அவள் தாய்மை நல்கும் தேவதையும் கூட அதனால்த்தான்

உன்னை அழைத்துவரும்
பாதங்களுக்கு
நன்றி சொல்வதும்;
ஓர் குழந்தையை மார்பில்
தாங்கிக்கொள்வதும்
வேறு வேறல்ல

என்று தாய்மையும் தரிசிக்க முடிகிறது.

அவள் கால்களை நீரில் அளந்து கொண்டிருக்கிறாள். தாய்மீன் என்று நினைத்து குஞ்சுமீன்கள் அடைக்கலமாய் வருகின்றன. இங்கு வரை இது கவிதையாகவில்லை. அதாவது அவ்வளவு புதிய சிந்தனையில்லை. அவள் காலை எடுத்ததும் அலமருகிற குஞ்சுகளுக்கு என்ன சமாதானம் சொல்லப் போகிறாய் என்கிற கரிசனமே மேலோங்கி நிற்கிற இடத்தில்தான் அது புதிய கவிதையாகிறது. பல உணர்ச்சிகளையும் மறைத்து வைக்க முடியாதவனே கவிஞன் என நிரூபிக்கிறார் கவிஞர்:

தாய் மீனென நினைத்து
உன் பாதநிழல் தேடிவரும்
குஞ்சு மீன்களுக்கு
என்ன சமாதானம்
வைத்திருக்கிறாய்? என்கிற கவிதையில்.

சில நண்பர்கள் பேசிக் கொண்டிருந்தோம். எல்லோரும் இலக்கிய நண்பர்கள் இல்லை.

"புணர்ச்சிக்கு முகம்
புணர்ச்சியில் முகம்
காலில் இருக்கிறது"

என்கிற என் ஒரு கவிதை வரியைக் குறிப்பிட்டு ஒரு நண்பர் "என்னடா எழுதி வச்சிருக்கே, ஒன்னுமே புரியவில்லை" என்று கேட்டார். அதற்குப் பதிலாக இன்னொரு நண்பர், "ஏம்லே, கலவியில் 'கால்மாடு தலைமாடா கிடக்கிறதில்லையா...' அதெல்லாம் வாத்ஸாயனரின் 64 கலைகளில் "69"ல்லா, அவ்வளவு ஏன், கண்ணதாசன்

"பாதத்தில் முகமிருக்கும் பார்வை இறங்கி வரும்,
வேகத்தில் லயித்திருக்கும் வீரம் களைத்திருக்கும்"

என்று பாட்டு எழுதியிருக்காரே அது கூடவா புரியலை என்று சொன்னபோது கேட்டவருக்கும் புரிந்தது, எனக்கும் கவிதை பல திறப்புகள் கொண்டது என்பது புரிந்தது. எல்லோருக்கும் சிரிப்பும் வந்தது.

காதல் இயல்பானது அது இயற்கையில் வந்தது. அது உயிர்ப்பானது அதனால்

அது மனிதமானது, அதனால் அது கவிதையானது. அதனால்தான் ஆண்டன் பென்னி இத்தனை அழகான கவிதைகள் எழுதியிருக்கிறார். காதல் எதையும் ஒளித்து வைக்காது கவிதையும் அப்படித்தான். காதலைப் பாடுவது கவிஞருக்கு கை வந்த, மன்னிக்கவும், பாதம் வந்த கலையாகி இருக்கிறது, இந்த நூலில். காதலைப் பாடும் இந்தக் கவிதைகளை வாசித்து அனுபவியுங்கள் உங்களுக்கு என் அன்பு அவருக்கு என் வாழ்த்துகள்.

அன்புடன்
கலாப்ரியா

என்னுரை

ஒரு பெண்ணின் பாதங்களில் என்ன இருக்கிறது? என்ற ஒரு கேள்வியும் அதை நோக்கிய ஒரு தேடலுமே இந்தச் 'சிட்டுக்குருவி பியானோ வாசிக்கும் நிழல்' கவிதைத் தொகுப்பு.

கணுக்காலின் கீழே அரையடி அளவேயுள்ள இரண்டு பாதங்களை வைத்து மட்டுமே இதை நான் எழுதியதாக நீங்கள் நம்பிவிட்டால், எல்லாப் பாதப் பெருங்கடலின் அலைகளும் ஓய்ந்துவிடக்கூடும். எனவே இதில் எத்தனைப் பாதங்களைப் பற்றி நான் எழுதியிருப்பேன் எனத் தேடுங்கள், தேடுதலில் எதையும் நீங்கள் கண்டடையப் போவதில்லை. அதில் உங்களுக்குச் சொந்தமான எந்தப் பாதங்களும் இருக்கவும் போவதில்லை. தேடிக் களைத்தபின், உங்களுக்குச் சொந்தமான பாதங்களின் ஆன்மாவைத் கண்டடைவீர்கள். கண்டடைந்ததும் அந்த ஆன்மாவில் இந்தக் கவிதைகளை உரசிப்பாருங்கள், நீங்கள் முக்தியடையலாம்.

பெண்களின் பாதங்கள் முடிவு அல்ல. ஆண் தோற்கும் இடம், பெண்மை தோன்றும்

இடம். பாதங்களில் கிடப்பவனைப் பெண் ஆளவிடுகிறாள், பாதங்களைக் கொண்டாடுகிறவனின் ஆட்சியில் பெண் மகிழ்கிறாள். அப்போதுதான் பிறந்த குழந்தையைத் தாதி அணைத்துக் கொள்வதுபோல், பாதங்களைத் தாங்குகிறவனிடம் மட்டுமே பெண் தன் பெண்மையைத் தருகிறாள். ஒரு பெண்ணிடம் பெண்மையைக் கொண்டுவர காலடி சேர்தல் நலம். பாதங்களை ஆராதிப்பது காமம் அல்ல. அதுவொரு அர்ப்பணிப்பு. அதுவொரு சரணாகதி. ஒரு பெண்ணை ஒன்றாய், பலவாய் பெருக்குவது இயற்கையைத் தேடும் தவம். அப்போது அவள் யாதுமாகி நிற்பாள்.

பிறகு பாதங்களை கொய்யாக் கனியைப் போல் உண்ணுங்கள். மாதுளையில் போல் முத்தெடுங்கள். வழியும் ஐஸ்கிரீமைக் காப்பதுபோல் ஆற்றுப்படுத்துங்கள். மெட்டிப் பூக்கள் கனியானதும் பறித்துவிட்டுப் புதிய பூக்களைத் தேடிச் சேர்த்துவிடுங்கள். பாதங்களின் எல்லை கணுக்கால்வரை இருக்கிறது. கொலுசுகள் கணுக்காலிலிருந்துக் கீழிறங்கும் போதெல்லாம், அதற்கு உதவி செய்யுங்கள். அவளுக்கு அவை எப்படியும் இருந்துவிடலாம், உனக்கு அவளிடம் அதில்தான் நிறைய கடமை இருக்கிறது.

என் பாதபுராணம் பெரியது. அவை கற்றுத் தந்த பாடங்கள் பெரிதினும் பெரிது.

ஆண்டன் பெனி

என்னவன் பாதங்களில்

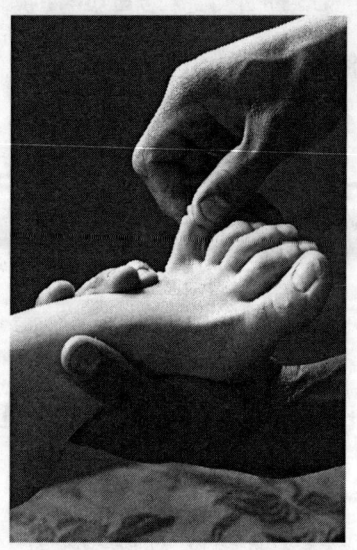

அவன்
பாதங்களில் பக்தன்
மீதங்களில் கடவுள்
☐

பாதங்களை
அடிக்கரும்பு என்று கிடப்பவனை
அப்படியே விட்டுவிடுகிறேன்
கரும்பின் வாசம் விரும்பும்
பூக்கள் என்னது.
□

செல்லமாய் அதட்டினால் தேன் ஈ
மெல்லமாய் அதட்டினால் தேன் சிட்டு
பாதங்களில்
அவன் அப்படித்தான்
□

பாதங்களை நீ ஊஞ்சலாக்கும்
போதெல்லாம்
அதில் கயிறுகட்டிக் கொள்கிறது
மனது
□

கைகளுக்கு எட்டாத
தொலைவிலிருக்கிறது
என் பாதங்கள்;
அதன் கூச்சங்களை தொடர்பிலேயே
வைத்திருக்கிறான்
என் பாதமெங்கும்
மகரந்தத் துகள்கள்
அவனது உடலெங்கும்
மகரந்தச் சேர்க்கை
□

பாதங்கள் அசைகின்ற போதெல்லாம்
கன்றுக்குட்டிகள் என்பான்
அப்பொழுதுகளில்
அவனே தாய்ப் பசு;
அன்பு
நுனிநாக்கில்.
□

அடிவாரம் ஆளத்தெரியும்
எனில்;
உச்சிவரையிலும்
உன் அரசாட்சியே.
□

நான் சோர்ந்த பின்னும்
மிச்சமிருக்கும் திமிரை
என் பாதங்களில்
இறக்கி வைத்துவிடுகிறான்.
□

கொலுசுகள் என்னுடனே
இசைத்து ஓய்ந்த பின்னும்
மெட்டிகள் இசைத்து ஓய
பின்னிரவாகிவிடுகிறது.
□

என்னிலிருந்து வெகுதூரமாய்
இருக்கும் பாதங்களைத்
தொட்டுத் தொடு
என்னருகில் நகர்த்துகிறான்
□

குறைந்த வெளிச்சத்தில்
நூல் சரடின் சிக்கல்களை
அவிழ்ப்பது போலத்தான்
என் பாதக் கூச்சங்களையும்
□

பாதநிலத்தின்
இசைச் சொல் கொலுசு
குறிஞ்சி வனத்தில்
குழலிசைத்த காற்றே
நீ
போ போ
□

என் பாத விரல்களில்
நெட்டி முறிக்க
கூழாங்கற்கள் நகர்கின்றன
□

எதற்கும் அசையாத
கால் விரல்களையும்
பதற வைத்துவிடுகிறன்றன
உன் பாழாய்ப் போன
பாத முத்தங்கள்
□

பாதத்தில் நீ
பறவையாக அமரும்போது
அதுவொரு தந்திக் கம்பி
சிறகசைக்க சிறகசைக்க
அரசமரம்.
□

ஓடு தளத்தில்
நிற்கும் பாதங்களை
உயர உயரப்
பறக்கவிடுவான்.
□

அவனொரு தேன்சிட்டு,
பாதங்களைப்
பூவாக்கி உறிஞ்சுவான்
இரையாக்கிக் கொத்துவான்.
□

நான் மலர்வதன் வாசம்
பாதங்களில் இருக்கிறது என்பான்;
மகரந்தச் சேர்க்கை
பூவிதழ்களில் தொடங்கும்.
□

வேரில் பழுத்திருக்கிறது
பாதக் கனிகள்
உன் கடிபட்டதும்
கிளையெங்கும் பழவாசம்.
□

சிலிர்க்கச் சிலிர்க்க
நுனியெடுத்து எழுது
மருதாணி நாக்கில்
சிவக்கெட்டும் பாதங்கள்
இயல்பான நேரங்களில்
பாதங்கள் பட்டால்
உடனே மன்னித்துவிடுகிறவன்
அந்நேரங்களில்
அப்படி விடுவதில்லை...
பாதங்களை மடியில் இருத்திப்
பாடம் நடத்துகிறான்.
□

என் பாதவிரல்களில்
தன் கைவிரல்களால்
அசைகிறான்
சிட்டுக் குருவி
பியானோ வாசிக்கும் நிழல்.
□

என்னில் நாலாதிசைக்கும்
நகர்கிறவன்
எங்கேயிருந்தால் என்ன?
பாதங்கள்
நகர்ந்து தொடும் தூரம்தானே.
□

காட்சிக்கு நிறைவாகவே இருக்கிறது
எனினும்
பாத ஆராதனையின் லாவகத்தில்
என் கண்களை மறைத்துவிடுகிறான்
□

என்னவளின் பாதங்களில்

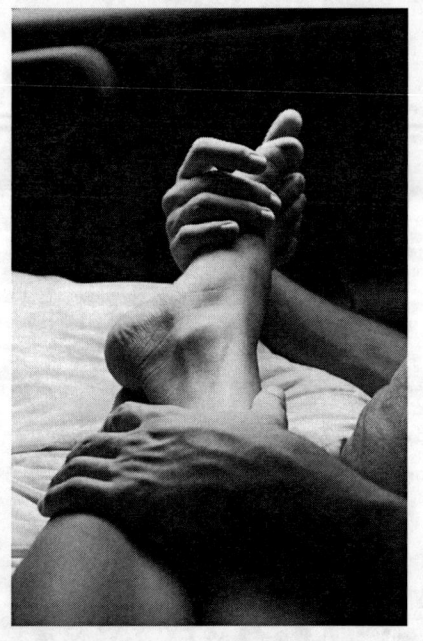

உன்னை அழைத்துவரும்
பாதங்களுக்கு
நன்றி சொல்வதும்;
ஓர் குழந்தையை மார்பில்
தாங்கிக்கொள்வதும்
வேறு வேறல்ல.
☐

உன் பாத வழியில்
ஒரு கடலையும்
நதியாகக் கூட்டிச் செல்கிறாய்
□

பாத நிழலில் இருந்துவிடவே
நீரிலிருந்து மேலெழும்புகிறது மீன்
எழும்பலின் அலையடங்கத்தான்
வெகு நேரமாகிவிடுகிறது
□

பாதங்கள்
பாலை நிலத்தின் குறியீடு
மழை பாராத நிலத்தினை
முத்தத்தால் நனைப்போம் வா.
□

அவளை முத்தமிட்டபின்
வெட்கப்படும்
ஒவ்வொர் அலையினையும்
அவசர அவசரமாக
உள்ளிழுத்துக் கொள்கிறது
வெட்கம் பொறுக்காத
பெருங்கடல்.
□

இறகால் பாதம் வருடுகிறேன்
வெட்கத்தில் நழுவியது...
முதலில் இறகு
பிறகுதான் நீ
□

அவளாகச் சூடிக்கொள்ளும்
கொலுசிற்கு
அவ்வளவாக
இசைக்க வரவில்லை
நானகவே சூட்டிவிடும் நியாயம் இது.
□

கொலுசுகளை
அதற்கான இருப்பிடத்தில்
ஒரு மாங்கல்யம் போல்
சேர்த்துவிடுங்கள்
பிறகு கேட்பதெல்லாம்
அதனதன் உயிர்மொழி.
□

இப்படியாகவே
இந் நிலப்பரப்பெங்கும்
மீன்களற்ற குளத்தினைத்
தேடித் தேடி
உன் பாதங்களை
நீந்த விடு
□

தாய் மீனென நினைத்து
உன் பாதநிழல் தேடிவரும்
குஞ்சு மீன்களுக்கு
என்ன சமாதானம்
வைத்திருக்கிறாய்?
□

இசையின் ஏழு ஸ்வரங்களை
விரல்களாலும்
பாதத்தின் ஐந்து ஸ்வரங்களை
உதடுகளாலும்
இசைக்கிறேன்
□

முதலில் அதை என் புல்லாங்குழல்
என்றே சொல்,
பிறகு உன் பாதம் என்று கொள்.
□

பாதச் சரிவுகளில்
என் முத்தங்கள் சறுக்கி
விளையாடிய போது
கணுக்காலில் நாணியது
உன் பெண்மை
□

உன் பாதக் கணுக்காலின்
நேர்கீழிருக்கும் உள்வளைவு
என் ஆதிக் குகையின்
நினைவு
□

இப்படித்தான்
அடைமழையாக
நாணம் நீளும்போது
பாத விரல்களில்
மெட்டி பூக்கும்.
□

பாதங்களைத்
தாலாட்டுகிறாய்
என் கண்களிலிருக்கும்
வெளிப் பிம்பங்கள்
கரைந்து மறைகின்றன
□

ஒரு வெட்கத்தில் தெரிந்து
மறு வெட்கத்தில் மறைகிறது
உன் பாத விரல்களின்
வேறு வேறு நிலாக்கள்
□

உன் பாதங்களுக்குள்
முகம் புதைத்துக் கொள்கிறேன்
அந்த விரல்களின் ஆறுதல்
எதனினும் பெரிது.
□

மேகம் நகர்வது போலும் நடை
முத்தம் தருவது போலும் ஓட்டம்
தக்கை மிதப்பது போலும் அசைவு
உன் பாதங்களை நீ
பழக்கியிருக்கும் கதையிது.
□

கன்னங்களில் ஒற்றிய
உன் பாதங்களுக்குக்
கதை சொல்கிறேன்
அவை
விரல்கள் அசைய அசையக்
கேட்கின்றன.
□

மூடிய கண்கள்
விரல்களாலும்
திறந்த கண்கள்
முத்தங்களாலும்
பாத மொழியினை
வாசிக்கின்றன.
□

பாதங்களின்
இசைக் குறிப்புகள்
அலாதியானது
ஒற்றை நடையில்
கொலுசுக்கென்று ஓரு இசை
மெட்டிக்கென்று ஒரு இசை
□

இரவென்றால் எத்தனை
வெளிச்சம்தான்
வேண்டும் உனக்கு?
பாதங்களில் பிறை நிலா
பாதவிரல்களில்
நட்சத்திரங்கள்
□

நனைந்ததும்
நனைந்ததும் எடுத்துவிடு
துளிர்விடக் கூடும்
பாதங்கள்
□

தாதி ஏந்தித் தரும்
அப்போதுதான் பிறந்த குழந்தையை
எப்படி அள்ளிக் கொள்வீர்களோ
அப்படியேதான்;
நான்
அவளின் பாதங்களையும்.
□

என்னை மன்னிப்பதற்குக்
கீழிறங்கிப் பாதம் தொடு என்பாள்.
விரல்களால் என்று
சொல்லாத போதெல்லாம்
உதடுகளால்.
□

தேனீக்களின்
மலராடும் சுபாவம்
கற்றுத் தேறும்முன்
பாதங்களை
மலர்கள் என்போர்
பாவிகள்.
□

பாதங்களில் விளையாட விடுவாய்
சில நேரங்களில் தாயம்
சில நேரங்களில் பல்லாங்குழி
பல நேரங்களில் சடுகுடு
□

என் பாத முத்தத்தில்
சிலிர்க்கப் பழகியபின்
என்னை மழை என்றே
அழைக்கிறாய்.
□

கடலிலிருந்து மேலெழும்பும்
மீன்களைப் போலவே
இந்தப் பாதங்களும்.
நான் பாதங்கள் கவ்விக்
கடலாடுகிறேன்.
□

பாதங்களில்
மயங்கிச் சரிந்து
மேலெழும்புகிறது
என் பேராண்மை.
□

பாதங்களில் எப்படி என்றாள்
சிலந்தி வலை பிண்ணுவது போலும்
என்றேன்
எத்தனை நேரம் என்றாள்
வலை பின்னும் வரையிலும் என்றேன்
கிளைகள் அசையத் தொடங்கின.
□

அம்மி மிதித்ததும்,
நீ அருந்ததியாகிறாய்
அம்மி அகலிகையாகிறது.
□

பாதத் தடங்களில்
தும்பிகளை வரைந்தபடி
போகிறாய்
அதில் முத்தங்களால்
சிறகு கோர்க்கிறேன்
□

நகரும் நதியே உன் பாதங்கள்; அது
போகும்போது
கண்ணெறிந்து விளையாடவும்
நிற்கும்போது
உன்னையறிந்து நீராடவும்.
□

அணிலின் திமிறியோடும் தவிப்பே
பாதங்களின் இயல்பு
அள்ளி அணைத்துக் கொண்டால்
கண்மூடி மயங்கும் பூனைகள்.
□

உன் அவயங்களெங்கும்
விரவிக்கிடக்கும்
என் ஆளுமையின் பிம்பம்
உன் தாளடியில் உடைகிறது
□

பாதநுனி புல்லாங்குழல்
மத்தியில் வயலின்
கடைசியில் உடுக்கை.
□

என் இரவுப் பூக்களின்
பட்டியலில்
இப்போது உன் பாதங்களும்
□

முதலில்
தீபம் அணைந்துவிடாமல்
காக்கும் பாவனை
நடுவில்
ஒரு கண்ணாடிக் கோப்பையை
நழுவ விடாமலும் காக்கும்
பாவனை
இறுதியில்
காளையின் திமிளை திமிராமல்
பற்றும் பாவனை
பாடம் சொல்லும் பாத புராணம்
□

உன்னை நனைத்த பின்
பாதங்களில் மண்டியிட்டுக் கிடக்கும்
மழையும் நானும் வேறு வேறல்ல
□

மழை நனைந்தபின்
உடலெங்கும் நீயே
உலர்த்திக் கொண்டாலும்
பாதங்களை எனக்கே தருவாய்.
□

ஒவ்வொரு உதவிக்குப் பின்னும்
முயல் தன் பாதங்களை
முத்தமிட்டுக் கொஞ்சும்.
உதவிக்கு
முன்னும் பின்னும்
நானுன் பாதங்களை
□

பாத விரல்கள் அசைகின்றன;
பெண்ணின் விரகதாபம்
உணர்.
□

குளங்களின்
மீன் நினைவுகளை
ஆற்றுப்படுத்தவே
நீராடத போதும்
நீ அவைகளை
நீந்தவிடுகிறாய்.
□

பாதங்களைத்
தொலைத்துவிட்டது போலும்
ஒரு தாக பாவனை
கண்டறிந்த நானே
வைத்துக் கொள்ளட்டுமே
என்றொரு மோக பாவனை
இரண்டிலும் நீ
□

பாதங்கள் எப்போதுமே
நீராகாரம்
கையெடுத்து உண்பதா
வாய்வைத்து உண்பதா என்பதை
அந்நேர பாதவிரல்களின்
மயக்கமே சொல்லும்
□

நீ பாதங்களை
நனைத்துப் போனபின்
குளத்தினைக்
கரையேறாமல் தடுப்பது
என் பெரும்பாடு.
□

பாத நிலங்களில்
கணுக்கால் கரையேறும்
ஒரு மழை வேண்டும்.
□

பாதங்களால் நீ
அலையடிக்க அலையடிக்க
குளம்
விளையாடிக் கொண்டிருக்கிறது.
□

பாத சூத்திரம் என்பது
முத்தமிட்ட பின்
அவ்விடத்தில்
கொலுசினைச் சேர்ப்பதும்
மெட்டியிட்ட பின்
அவ் விரல்களில்
பற்தடம் பதிப்பதும்.
□

அதற்குமுன் பறவைகள்
அப்பொழுது மீன்கள்
அதற்குப்பின் காந்தள் கொடிகள்;
பாதங்களின்
இரவு சுபாவங்கள்.
நெஞ்சில் வந்தமர்கின்றன
பாதப் பறவைகள்
வருடுகிறேன்
மயக்கம் உணர்ந்ததும்
என் முத்தங்களைக்
கொத்தித் தின்கின்றன.
□

பாதக் கொன்றை
இப்படித்தான்
ஊஞ்சலாடியபடியே
உரிய மனதினையும்
அசைத்துக் கொண்டேயிருக்கும்
□

பாதங்களின் மீதான
என் அன்பை அறிந்த பின்
நகர்ந்துவரும் தூரமே
எனினும்
நேரங்களை மட்டும்
நகர்த்துகிறாள்
□

பாதங்களில்
பணிசெய்ய விடு
காலடி சேர்தல்
காலத்தில் மூத்த ஆன்மீகம்
☐

பறவை
மறைந்து கொள்ள
இறகுகள் மட்டும் பறக்கின்றன
இரவுகளில் பாத அசைவுகள்.
□

பாதங்களின் வழியே
ஒரு குழந்தையைப் போல்
மேலேறும். மழையீரத்தினை
அதட்டி நிறுத்திவிடுகிறது
உன் ஆடைகள்.
□

அவிழ்ந்து விழும்
உன் பாத அருவிகள்
என் விரல்களில் பட்டதும்
குழந்தைகளாகின்றன
வழித்தடங்களெங்கும்
மழலையின் வாசம்.
□

சிறு நினைவுகளில் அசையும்
உன் பாதப் பெண்டுலங்கள்
சட்டென நிற்கின்றன
என் மூச்சுக் காற்றில்
□

நுணுக்கமான உணர்வுகளை
அகிலா

> "கோபித்துக் கொள்ளும்
> மகளிடம்
> மண்டியிட்டு மன்னிப்பு கேட்பேன்...
> தெய்வங்கள் போலில்லை
> உடனே மன்னித்து விடுகிறாள்."

ஆண்டன் பெனியின் மகளதிகாரம் கவிதை தொகுதியில் உள்ள இக்கவிதையைப் போலவே நம்முடன் இயைந்து தொடர்கிறது 'சிட்டுக்குருவி பியானோ வாசிக்கும் நிழல்' என்னும் இக்கவிதை தொகுதியும்.

சிட்டுக்குருவியும் பியோனாவும் இணையும் இடம் பாதங்களின் நிழலாய் உருவெடுக்கிறது இக்கவிதைகளில். 'பியானோ வாசிக்கும் நிழல்' என்னும் சொல்லாடல் உருவாக்கப்பட்ட ஒன்றாகத் தோன்றினும் கவிதைகளின் வாசிப்புக்குள் செல்லும்போது இந்த சொல்லாடல் வாசிப்பவரின் எண்ணங்களில் மென்படிமமாக, ஒரு காட்சிநிலையாக அமர்ந்துக் கொள்கிறது.

தேநீரோடு அருந்தப்படும் கவிதைகளின் சுவையிலிருந்து மாறுபடுகிறது பாதங்கள் மீதான இக் கவிதைகள். பெண் பாதங்களின் மீதான ஈர்ப்பு கவிதைகளை மிருதுவாக கவிஞர்

இசைத்திருக்கிறார் இத்தொகுப்பில்.

ஆணின் பார்வையிலும் பெண்ணின் பார்வையிலும் பெண்ணின் பாதங்கள் கொடுக்கும் வலிமையான ஈர்ப்பு, காதலாகவும் மையலாகவும் மோகச்சித்திரமாகவும் விரிகின்றன கவிதைகளுக்குள்.

பாதங்கள் என்பவை பெண்களால் அதிகம் கண்டுக்கொள்ளப்படாத அங்கமாய் வாழ்வன. எரிப்பொருளுக்காகவும் தண்ணீருக்காகவும் வயல் வேலைகளுக்காகவும் நடந்து அசரும் அவர்களின் பாதங்களில் வெடிப்புகளும் சிராய்ப்புகளும் கவனிக்கபடாத நகங்களும் சிரமப்படுத்தும் கால் ஆணியும் முளைத்து கவனத்தைத் தொலைத்திருக்கும்.

ஆங்கில கவிஞர் லாரா பொலே (Laura Foley) அவர்கள் தன்னுடைய 'Ode to My Feet' என்னும் கவிதையில் பாதங்கள் குறித்த நிராகரிப்பைப் பதிவு செய்கிறார்.

அதில் 'வெகு வருடங்களாக கவனிக்கப்படாத பாதங்களில் நீல நிற நரம்புகளும், உறுத்தும் சதையும், பார்ப்பதற்கு கற்சிலைகளின் பாத அமைப்பை ஒத்திருக்கின்றன' என்கிறார்.

"their well-worked lines, blue
veins, tapered, skinny elegance.
Funny looking, yes, oddly
protuberant, awkwardly angled,
unlike anyone else's,
models for a medieval statue's,
ancient granite feet

on a church facade,
thoroughly unmodern."

பெண்ணின் பாதங்கள் அலங்காரம் மிக்கவையாக, அழகின் இலக்கணமாக, காதலின் இணக்கமாக முன்நிறுத்தி புனையப்பட்ட எழுத்தோவியத்தின் மூலமாக இந்த நூல் தனிச்சிறப்பு பெறுகிறது. அந்த வகையிலாவது பெண்கள் தங்கள் கால்களின் மீது கவனம் திருப்பட்டும் என கவிஞர் நினைத்து எழுதியிருப்பாரோ என்றே எனக்கு தோன்றுகிறது.

அழகான பாதங்கள், நுணுக்கமான உணர்வுகளை ஒருவனிடத்தில் ஏற்படுத்துகின்றன. அவ்வுணர்வுகளின் ஆழமான சித்தரிப்புகள் காதல், மோகம், காமம், அதன்பின்னான கொண்டாட்டம் என்று விரிகின்றன. அதன் மிகையில் கவிதைகள் மிளிர்கின்றன. சில இடங்களில் திகட்டவும் உண்டு. இதை ஓர் ஆணின் காதலுக்கான குறிப்பாகவும் கொள்ளலாம். அனுபவத்தின் உச்சமாக எடுத்துக்கொள்ளலாம்.

"பாதங்களை நீ
ஊஞ்சலாக்கும் போதெல்லாம்
அதில் கயிறு கட்டிக்கொள்கிறது
மனது."

என்கிறார் அழகியலோடு கவிஞர்.

"என் பாத விரல்களில்
தன் கைவிரல்களால்
அசைகிறான்
சிட்டுக்குருவி

பியானோ வாசிக்கும் நிழல்."

என்னும் வரிகளில் ஆணின் ஆறடி உயர உடலை கை விரலாய் சுருக்கி, ஒற்றை சொல்லான 'அசைகிறான்' என்பதில் அடைத்து சுவாரசியம் காட்டுகிறார் கவிஞர். அங்ஙனம் பெண் தன் பாதவிரல்களில் அடைக்கலம் ஆகிறாள். அந்த விரல்களின் நிழல் நாட்டியமே சிட்டுக்குருவி பியானோ வாசிப்பதாகச் சொல்லி கவிதை நம்மை வியக்க வைக்கிறது.

மற்றுமொன்றில்,

"என்னில் நாலாதிசைகளிலும்
நகர்கிறவன்
எங்கேயிருந்தால் என்ன?
பாதங்கள் நகர்ந்து
தொடும் தூரம்தானே.."

என்கிறார் கவிஞர். கண்ணுக்கு எட்டிய தூரமாகவோ, கைக்கு எட்டிய தூரமாகவோ, மனவெளிக்கு அருகாமையிலோ அல்லது அதற்கு அப்பாலும் கூட அவன் இருக்கலாம் எனச் சொல்லுதல் சிறப்பு. கவிதையின் அழகை இயல்பின் ஒரு படி மேலே ஏற்றுகின்றன வரிகள்.

"முதலில்
அதை என் புல்லாங்குழல் என்று சொல்
பிறகு உன் பாதம் என்று கொள்"

என உரைக்கையில், இவை எனக்கானவை என்னும் ஆணுக்கான தன் அகம் வெளிப்படுகிறது,

"பாதங்களின்
இசைக்குறிப்புகள்
அலாதியானது

ஒற்றை நடையில்
கொலுசுக்கென்று ஒரு இசை
மெட்டிக்கென்று ஒரு இசை"

உணர்வுகளின் துல்லியங்களை ஆணை விட பெண்ணால் அதிகமாய் எடுத்தியம்ப முடியும். ஆனால் வீதி மீறலாய் ஆணின் கவனம் துல்லியப்படுத்தப்படுகிறது இங்கு.

இவ்வாறான அழகியல் சார்ந்த கவித்தன்மை பெண்ணாக குழைந்து உணர்தல், அதன் மிகையில் எழுதல், பாத கூச்சங்களில் பெண்ணின் உச்சம் போன்ற நாசூக்கான விவரணைகளில் திளைக்கின்றன கவிதைகள். இவை கிட்டத்தட்ட எழுத்தாளர் பாலகுமாரனின் எழுத்துகளோடு நெருக்கலாம்.

பெண் கால் நீட்டி அமருகையில், விரல்களை அசைத்துக் கொண்டே இருப்பாள். அவை ஒரு வகை சங்கேத மொழி பேசும்; நளினம் கூட்டும்; போதை காட்டும். அதையும் சுட்டியுள்ளார் கவிஞர் ஆண்டன் பெனி.

"பாத விரல்கள் அசைகின்றன
பெண்ணின் விரகதாபம் உணர்"

தாய்மை, தோழமையை நுனி இழையில் கடக்கும் ஆணின் உள்ளுணர்வு போன்றவற்றை பாதங்களைக் கொண்டே வெளிப்படுத்துகிறார். பாத நிழல் என்பது மகவுக்கு தாய்மை தரும் அடைக்கலம் என்னும் பொருளில்,

"தாய் மீனென நினைத்து
உன் பாத நிழல் தேடிவரும்
குஞ்சு மீன்களுக்கு
என்ன சமாதானம் வைத்திருக்கிறாய்?"

என கேட்கிறார்.

"பாதங்கள் அசைகின்ற போதெல்லாம்
கன்றுக்குட்டிகள் என்பான்.
அப் பொழுதுகளில்
அவனே தாயப்பசு"

என்பதும் தாய்மை உணர்வின் தொடர்ச்சியே.

அதீத உணர்வுநிலை கவிதைகளை இயற்றவும் வெளியிடவும் பெண்களுக்கு வாய்ப்புகள் குறைவுதான். அவ்வாறான சந்தர்ப்பங்களில் சமூக தாக்கம் அச்சுறுத்தும் அவளை. நம் சமூகம் மேற்கத்திய சமூகம் போன்றதொரு சமூகம் இல்லை. குடும்பம் சார்ந்த கட்டுடைப்புகள் சற்று கடினம். எழுதுவதற்கான காரணிகளை விளக்க முடிந்த அவளால், எழுதும் வகைமைகள் குறித்து இயம்பமுடிவதில்லை. உடல் அரசியல் சார்ந்த கவிதைகளை பெண் கவிஞர்கள் முன்னெடுக்கிறார்கள் என்பதை மறுக்கவில்லை. அவை பாதிக்கப்பட்ட அல்லது பாதிப்பைப் பிரதிபலிக்கிற பெண்ணின் கவிதைகளாக இருக்கக்கூடும்.

ஆணுக்குள் சாத்தியப்படும் உணர்வான எழுத்தை பெண்ணால் எழுத இயலாமல் போவதன் காரணத்தை பெண்ணியலாளர் எலிசபெத் பட்லர் கலிங்போர்ட் குறிப்பிடும்போது, அது ஒரு கலாசார கட்டமைப்பு என்கிறார். காமம் என்பது உயிரியல் சார்ந்து நிகழ்வது. ஆனால் ஆணுக்கு ஏற்படும் பெண்ணின் மீதான அதீத உணர்வுகள், சமூகத்தின் கலாச்சாரக் கட்டமைப்பால் உருவாக்கப்படுகிறது என்கிறார் எலிசபெத். பெண்ணின் சமூக அச்சம், நுகர்வு

சார்ந்த ஒரு பெரு மகிழ்வு இல்லாமை போன்றவை பெண்ணை இம்மாதிரியான எழுத்துலகத்துள் உலவவிடுவதில்லை. அவளும் உலவ விரும்புவதில்லை. அதன் உச்சத்தில் அவள் புலியாய் மாறி, பெண் என்றால் இவ்வட்டத்திற்குள் அடைபடுபவளா என்னும் வினாவுடன் கவிதைக்குள் உறுமத்தொடங்கிறாள். பெண்ணின் தலைமுறை சார்ந்த வருத்தம் இது என்பேன்.

கவிதைகளை சுவாசித்தல் இனியது எனில், அதைவிட இனிமை அக்கவிதைகள் பெண்ணுக்கானதாய் அமைவது. கவிஞர் ஆண்டன் பெனியின் அழகியல் தன்மை நிறைந்த கவிதைகளின் பொருண்மையானது, அழகியலைக் கடந்து, சிந்திக்க வைக்கிறது. பெண்ணின் பாதங்களைப் பிரதானபடுத்துகிறது. அவற்றைக் கவனப்படுத்தவும் எடுத்துறைக்கிறது. நானும் வாசிப்பின் உள்வாங்கலில் ரசிப்பும் கவனிப்பும் ஒருசேர கொள்கிறேன்.

வாழ்த்துகள் கவிஞர் ஆண்டன் பெனி.

அகிலா,

எழுத்தாளர், மனநல ஆலோசகர்,

கோயம்புத்தூர்

artahila@gmail.com